I0678685

अनोळख

शान्ता ज. शेळके

मेहता पब्लिशिंग हाऊस

All rights reserved along with e-books & layout. No part of this publication may be reproduced, stored in a retrieval system or transmitted, in any form or by any means, without the prior written consent of the Publisher and the licence holder. Please contact us at **Mehta Publishing House,** 1941, Madiwale Colony, Sadashiv Peth, Pune 411030.

Ⓒ +91 020-24476924 / 24460313

Email : info@mehtapublishinghouse.com
        production@mehtapublishinghouse.com
        sales@mehtapublishinghouse.com

Website : www.mehtapublishinghouse.com

◆ *या पुस्तकातील लेखकाची मते, घटना, वर्णने ही त्या लेखकाची असून त्याच्याशी प्रकाशक सहमत असतीलच असे नाही.*

ANOLAKH by SHANTA SHELKE

अनोळख : शान्ता ज. शेलके / कवितासंग्रह

© सुरक्षित

प्रकाशक   : सुनील अनिल मेहता, मेहता पब्लिशिंग हाऊस,
              १९४१, सदाशिव पेठ, माडीवाले कॉलनी, पुणे – ४११०३०.

मुखपृष्ठ   : पद्मा सहस्रबुद्धे

प्रकाशनकाल : मार्च, १९८६ / फेब्रुवारी, १९९९ / नोव्हेंबर, २०१२
             पुनर्मुद्रण : एप्रिल, २०१७

P Book ISBN 9788171618552

E Book ISBN 9789386454867

E Books available on : play.google.com/store/books
                       www.amazon.in

प्रभुणे यांना...

प्रस्तावना

'अनोळख' हा माझा कवितासंग्रह 'गोंदण'नंतर दहा वर्षांनी –म्हणजे एकोणीसशे पंच्याऐंशी साली प्रकाशित झाला. त्याची ही दुसरी आवृत्ती 'मेहता पब्लिशिंग हाऊस'चे अनिल मेहता व सुनील मेहता या पितापुत्रांनी अगत्याने प्रकाशित केली आहे.

कवितांची निवड व संग्रहाची रचना माझे मित्र राम पटवर्धन यांनी केली. सौ. पद्मा सहस्रबुद्धे यांनी देखणे मुखपृष्ठ सिद्ध केले.

माझ्या कवितेविषयी औत्सुक्य आणि जिव्हाळा बाळगणाऱ्या या सर्व सुहृदांची मी ऋणी आहे.

–शान्ता ज. शेळके

अनुक्रमणिका

जरा थांबून

प्रत्येक वेळी नवा रस्ता फुटतच असतो
फुटणार आहे तसा रस्ता याही वळणावरून
तिथेही असेलच दुतर्फा छाया, वर आभाळ,
जरा थांबून श्वास फक्त घे छाती भरून.

लोलक

देवाच्या देवळातून चोरून आणलेला लोलक
हरवला माझ्या हातून,
तेव्हा डोळ्यांतली फूलपाखरे उडून गेली
आणि विझली पाण्याच्या थेंबांतली इंद्रफुले,

आता गवत नुसतेच हिरवे दिसते,
आभाळ नुसतेच निळे,
घराघरांना, माणसांना फुटतच नाहीत इंद्रधनुष्याच्या रेषा.

परवा एक पोर आली उड्या मारीत
हातांचे पंख पसरून, डोळे विस्फारून
खिदळत मला म्हणाली,
'गंमत बघ, गवत हिरवे नसते,
आभाळ निळे नसते,
आणि माणसे असतात इंद्रधनुष्याची बनवलेली,
माहीत आहे तुला?'

माझा लोलक हिला कुठे सापडला?
देवळातल्या झुंबराला किती लोलक आहेत अजून?

नवजात

अपार प्रसववेदना सोसून
माझ्या मनातून जन्मलेल्या
या नव्या 'मी'ला
प्राणपणाने जोपासायला हवे मला,
अजून तर हा नवजात गर्भगोळ
आहे कच्चा, हळवा, ओला.

स्मरणे

कोमल हळवी उदास झाली मावळतीची किरणे
आतआतुनी दाटुन आली विस्मृत काही स्मरणे.
दूर कुठे तरि जशा हालती मंदपणे तरुशाखा
तसेच काही आत जाणवे मंद मंद हुरहुरणे.
काळोखावर उमटत जाता प्रकाशटिंबे ओली
एक एक चांदणीसंगती खोल उसासा भरणे.
वाहत येता झुळझुळ वारा, वास जुईचा ज्याला
त्या गंधासह गीत पुराणे ओठांवर थरथरणे.
भोवताल तिमिरात बुडाले अशा सुन्न एकांती
अलग स्वत:ला करणे आणिक फक्त एकटे उरणे.

भुईकमळे

भुईकमळे
प्रत्यक्षात कधीच न पाहिलेली
तरी जवळिकीत सतत राहिलेली.

भुईकमळे लालबुंद, रसरशीत,
टपोरी, गोलसर, ठसठशीत.

भुईकमळांचा सूक्ष्म अनोखा गंध
झिरपत जातो खोलवर
जोडतो थेट रक्ताशीच संबंध

भुईकमळे गूढ ऐंद्रजालिक
क्षणिक... चिरकालिक...

भुईकमळे त्रस्त तांबारलेल्या डोळ्यांची, रागीट,
भुईकमळे अचान गळामिठी देणारी
लाघवी, आग्रही, धीट.

भुईकमळांचे गालिचे लाल मखमली
उलगडत जातात क्षितिजापार,
भुईकमळे टपटपते थेंब रक्ताचे
सलग वाहती धार,
भुईकमळे तर्कातीत, अनाकार,
माझे, माझ्या मनाचे
स्वयंसूचक आकार.

असा उतारा जहराचा

किति वेलांट्या, कितीक वळसे
कितीक गुंते वाटांचे,
अनोळखीपण फिटले नाही
परंतु सागरलाटांचे.

भरगर्दीतहि मला वाटले
आहे निर्जन वनामधी
असेल चुकले हेच कदाचित
मनेच फिरले जनामधी.

अता मला भरवसाच नाही
उरलेला या शहराचा
बहरावरती मिळे अचानक
असा उतारा जहराचा.

शब्द

आपण विश्वासाने ओळखीचे हसू हसावे
आणि वर्षानुवर्षांच्या परिचिताने
ओळख न देता
कोऱ्या चेहऱ्याने पुढून निघून जावे
तसे हे शब्द, पाठ फिरवणारे...
ते बदलले की मी बदलले?

इतके दिवस पुस्तकांच्या पानांत
दबून चुरून निमूट राहिलेले हे शब्द
आज अचानक फणा काढून उभारलेले
आणि माझे अवघे अस्तित्व
त्यांच्या डोळ्याला डोळा भिडवून समोर उभे
अगतिक, मंत्रविद्ध, भारलेले,
हे शब्द
दयाळू फणेची सावली धरतील माझ्यावर?
की डंख मारतील कडकडून?

रंगीबेरंगी खडे जमवावेत हव्यासाने,
बाळउत्साहाने,
तसे शब्द वेचीत आले आजवर.
साठवीत आले मनाच्या गुपित जागी
साऱ्यांच्या नजरेआड,
कुरवाळीत, झेलीत, खेळत राहिले त्यांच्याशी –
जपत आले त्यांना प्राणपणाने,
आज अनुभवाच्या रखरख उन्हात
शब्दांचे कोवळे बाळरंग कुठे हरवले?

वाळूत मी घर बांधते

तू पोहणारा सागरी
वाळूत मी घर बांधते
मी बोळक्यांतुन मातिच्या
सुखदुःख माझे रांधते.

हेलावते उभयांमध्ये
आभाळ शब्दांवाचुनी
श्वासांतली ही अंतरे
गीतातुनी मी सांधते.

एकातुनी एकापुढे
विस्तारती क्षितिजे तुझी
मी चार या भिंतींमध्ये
संसार माझा मांडते.

झेलीत माथा सूर्य तू
लाटांतुनी जासी पुढे
आभास घेउन भोवती
तिमिरातुनी मी नांदते.

ही बंधने तोडावया
आणू तरी बळ कोठूनी?
जाणूनही दुबळेपणा
माझ्यासवे मी भांडते.

झेपावते तुझियाकडे
येते पुन्हा मी मागुती
असहाय माझी वेदना
माझ्या उरातच कोंडते.

धुक्याची माणसे

धुक्याची माणसे धुक्यात भेटतात
दिसतात न दिसतात... धुक्यातच मिटतात.

धुकेच धुके मागेपुढे, खालीवर,
दरम्यान हेलकावत असतात धुक्याचे दाट थर,
धुक्याची माणसे बोलतात जिवाच्या आकांताने,
करतात हातवारे कासावीस होऊन, थरथरतात भयाने.

धुके हलते, धुके उसळत राहते,
धुक्याच्या लाटा, धुक्याचेच वारे वाहते,
धुक्याची माणसे हात पुढे करतात
बोटांच्या फटीत केवळ धुकेच धरतात.
शब्दांचेही बनते धुके
मनातले उत्कट आशय राहतात मुके.

ओल्याकिच्च काळोखाच्या

ओल्या किच्च काळोखाच्या थंडगार राती
मिणमिण जळतात मनातल्या वाती.
भिंतींवर सावल्यांचा भुताटकी नाच
टवकारताहे डोळा खिडकीची काच.
चुकचुकतात पाली, लखाखती विजा,
मला भरल्या घरात एकांताची सजा.
सारे इतुके जवळ, तरी कसे दूर?
जुन्या आठवांना लोटे उदासीचा पूर.
लिपी अज्ञात लिहिते भविष्याचा लेख
दुखे काळजात आणि चुके ठोका एक.
अशा वेळी आयुष्याचा घ्यावा पडताळा
उण्याअधिकाचा काही जुळवावा ताळा.
जावे भुयारे धुंडीत नेणिवेत खोल
जरा हृदयतळीची चाचपावी ओल.

आपल्याच नादात

चेहरा रुक्ष करडा, ठाक कोरडा,
आणि दुखऱ्या हाडांत अराह्य उणका
शरीराशी संबंध नसल्यासारखी
पावले आपल्याच नादात चाललेली.
ही मी बाहेरची.

आणि आतल्या बाजूला बरसत असतो
पाऊस घनदाट,
हिरव्याकंच गच्च हिरवळीतून वळणे घेत
आपल्याच नादात चाललेली असते
एक स्वैर पाऊलवाट;
डोंगरांच्या निळ्याजांभळ्या उतरणी
त्यांवर फुललेली हजारोहजार फुले
खळखळते शुभ्र झरे, गवताचे ताठ तुरे,

या साऱ्यांवर
आपल्याच नादात तरंगत असलेला
एक स्वच्छंदी पक्षी;
जो मी अजून
कुणालाच सांगितलेला नाही...

नेहमीच नाही पण

नेहमीच नाही पण   कधी असेही घडते
करकरीत वास्तवा   जरीकिनार जडते.

कधी उघडती दारे   कधी सहज मिटती
रुक्ष वाळवंटालाही   इंद्रधनुष्ये फुटती.

कधी सारा अवकाश   येतो इवला होऊन
दवथेंबामध्ये जातो   सुखेनैव सामावून.

कधी देहकोषातून   प्राण होतसे मोकळा,
भोगी निसर्गासंगती   नाना ऋतू, नाना कळा.

कधी ओधंबून येते   अवघेच भोवताल
साऱ्या स्पंदनांत मला   माझा गवसतो ताल.

नेहमीच नाही पण   कधी तरी असे होते
माती पदरी भरता   रत्न हातामध्ये येते.

अजूनही

अजूनही असते तिच्यापाशी
नखभर. काजळ
माझ्या जळजळत्या डोळ्यांसाठी,
आणि चिमूटभर अंगारा
माझी असलीनसली इडापिडा टाळण्यासाठी.

मऊसूत गोधडीची हवीहवीशी ऊब
मला वेढून असते तिच्या आसपास,
आणि बाळजीभ जागी करतो
तिच्या हातचा एखादा घास.

तिच्यापाशी जाताना
एकेक वर्ष सालीसारखे गळत जाते अंगावरून,
कोवळे आनंदवय
हसत हसत सामोरे येते दुरून.

माझे तान्हेपण सुखरूप
तिच्या संरक्षक ओटीत,
प्रत्येक नव्या भेटीत, मनाच्या मिठीत.

हा खेळ जीवघेणा

ते बोलु देत काही मी बोलणार नाही
शब्दांत भाव माझा मी तोलणार नाही.

गर्दी तुझ्यासभोती लाचार दांभिकांची
लाटेवरी अशा मी हिंदोळणार नाही.

हा कागदी फुलोरा, स्तुतिपाठ बेगडाचे,
अंतस्थ गूज येथे मी खोलणार नाही.

तू शब्द बोलशी तो डुलतात येथ माना
देऊन दाद खोटी मी डोलणार नाही.

श्वासासही तुझ्या ये बहुमोल मोल येथे
ती मौल्यवान थुंकी मी झेलणार नाही.

गर्दीमध्ये घुसावे खड्ड्यामध्ये फसावे
हा खेळ जीवघेणा मी खेळणार नाही.

दोन हात

दोन हात
चुडा ल्यालेले, हळद माखलेले,
दाही नखांवर मेंदी चढवलेले;

बघता बघता हळद उतरते,
मेंदीचा रंग विटतो, चुडा फिकटतो,
हात राबू लागतात.

कधी शेणामातीत माखून घराच्या भिंती सारवतात,
कधी भांड्यांची चवड घासून घासून लख्ख करतात,
कधी चुलीच्या लवलवत्या उजेडात
भाकरीसंगे गोल फिरतात,
कधी तान्ह्या बाळडोळ्यांत अलगद काजळ भरतात;

हात पाण्याच्या हंड्याला आधार देणारे,
थकल्या माथ्याखाली उशी होणारे,
फाटके शिवणारे, ठिगळ लावणारे,
तुळशीपुढे दिवा होऊन तेवणारे,
इथे, तिथे सर्वत्र दिसणारे,
काळोखात हळूच डोळे पुसणारे;

हात असतील सासुरवाशी, माहेरवाशी,
हातांमागे उभी असेल माझीच आई, आजी,
मामी, मावशी,
परंपरेने सजीव होऊन आलेली माती;
हेच हात माझ्या हाती.

सारे नव्याने सोसते

सारे तसे घडते पुन्हा सारे नव्याने सोसते
रात्रंदिनी रडते मनी बाहेरुनी मी हासते

माझ्याचसाठी सर्वही होती फुले का लाघवी?
आभाळही फसवे नवे का दाविते आभास ते?

जहरात माखुन येतसे हे चांदणे माझ्या घरी
झेलून ते अंगावरी मजलाच मी आश्वासिते.

एका क्षणातच हो कधी साऱ्या ऋतूंची सांगता
त्या सार्थकासहि मीच का काळी उदासी फासते?

वर्षानुवर्षे ही अशी वाहून वाया चालली
मी ओंजळीतून रिक्त या माझीच तृष्णा प्राशिते!

आभाळ उंचावत जाते

आभाळ उंचावत जाते
आपले आधीच आखूड हात
आता तर अगदीच अपुरे पडतात
वारे देखील धरण्यासाठी...

पायाखालचे रस्ते रबरासारखे ताणत ताणत
प्रतिक्षणी अधिकाधिक लांब होतात.
कितीही झपाट्याने पावले टाकली तरी
आपण जागच्या जागीच फिरत राहतो
चकवा लागल्यागत...

क्षितिज विस्तारत विस्तारत
वर्तुळ अनंतापार गरगरत फिरते
आपले इवलेसे व्यक्तिमत्त्व
अधिकाधिक संकुचित होत
शेवटी बिंदुवत्...

गेले कुठे ते सोबती?

होते इथे माझ्यासवे
आता कुठे गेले बरे?
होते सदा जे भोवती
गेले कुठे ते सोबती?

झाल्यात सर्व विझूविझू
की शामदाने अंतरी
ज्योती दिव्यांतील येथल्या
वितळून अश्रू ढाळती?

तळ गाठुनी मदिरा सरे
येती पुन्हा भरुनी कशी?
पडलीत पात्रे रिक्त ही
फिरुनी कशी फेसाळती?

कंठात हाक फुटून ये,
भिंतीवरी टकरून ते
किंचाळतो मी, कापतो,
पडसाद का वेडावती?

मी देव होतो कालचा
त्या भाविकांनी शोधली
मी आज कोणीही नसे
पुजण्यास मूर्ती कोणती?

बांधून हात रित रिते
की तेथली न दिसो कुणा
छातीवरी मी ठेवतो
रडते व्यथा जी वाहती!

थेंब थेंब झिरपत

थेंब थेंब झिरपत
स्नेहाचे भांडे कधी रिकामे झाले, उमगलेच नाही.
आताही भेटतो आपण, बोलतो, हसतो,
वरवर आस्थाही दाखवतो,
तरी आतून ओढ असते एकमेकांपासून दूर जाण्याची
–सुरावटच ओसरून गेली आहे एका उत्कट गाण्याची.

आता बोलण्याआधी येणारे अवघडलेपण,
घेतलेले सावध पवित्रे, अजमावलेले अंदाज
–सोबतीला, दूरातल्या समुद्राची
क्षणोक्षणी मंद होत जाणारी गाज.

आणि उभयतांमध्ये एक निकडीचा प्रश्न
सुळासारखा ताठ उभा
भिडलेला थेट नभा...
ज्याला वळसा घालून जातो आपण
एक अवघड प्रसंग निभावून नेतो आपण.

कठोर दगडी सत्य

कठोर दगडी सत्य
कधी कधी लांब उभे असते
निळसर धुक्यात गुरफटून;
एखाद्या सुंदर स्वप्नासारखे,
पुरातन किल्ल्यासारखे,
किंवा ऐतिहासिक स्मारकासारखे
–खुणावून बोलावते जवळ, घालते साद,
फिकट कुतूहल जागवतो अस्पष्ट शब्दांचा नाद.

कठोर दगडी सत्य
कधी कधी अचानक समोर येते
राक्षसासारखे पुढ्यात उभे राहते
आपला चेहरा जबरदस्तीने स्वतःकडे वळवते
अनागताशी नकोसे नाते जुळवते.

आणि एखाद्या अपरात्री
कुठल्या तरी भीषण विद्रूप स्वप्नातून
अचानक जाग येते.
सर्वांग घामाने निथळत असते,
जीभ टाळ्याला चिकटलेली असते,
तेव्हा कठोर दगडी सत्य
बसलेले असते आपल्या छातीवर
डोळ्यांना डोळे ताठ भिडवून
सुटकेच्या साऱ्या वाटा निर्णायकपणे अडवून.

अनोळखी

अलीकडे आपले चेहरेही
अनोळखी झाले आहेत एकमेकांना.
पुन्हा एकदा
त्या सनातन नदीच्या अनादि प्रवाहात
पाहू आपली प्रतिबिंबे...
कदाचित ती ओळखतील परस्परांना.

तुझ्या थकलेल्या हातांत

तुझ्या थकलेल्या हातांत
ठेवू दे हे चार टवटवीत रंग;
खरे सांगू का?
अलीकडे माझेसुद्धा क्वचित
भरून जड होते अंग.

भिंतीवरचा तो डाग, दाराचा तडा,
आणि पुस्तकांवरची धूळ,
सारेच किती सरावाचे झाले आहे
जुनी पत्रे फाडून टाकणे
जुनी रद्दी काढून टाकणे
किती तरी करायचे राहून गेले आहे...

जरासा थांब माझ्याजवळ
खिडकीशी नुसता उभा रहा
निळे आभाळ, ढगांचे खवले,
वाऱ्याची हालचाल नुसती पहा

तसे जर म्हटले तर
त्यालाही फारसा अर्थ नाही
हेही पुन्हा सरावाचेच सारे;

पुन्हा चाके करकरत फिरतील
कण्हण्याचाच सूर धरतील
धापत उसासत वाहतील वारे.

नाळ तोडली तरीही

नाळ तोडली तरीही
पुन्हा पुन्हा गुंते पायी
देहातल्या रक्तकणा
मूळ शोधायाची घाई

सात पिढ्यांच्या आडून
उतू येता गुणदोष
रुते कंठात हुंदका
पडे गळ्याखाली शोष.

मागे पुढे दूरवर
अनाद्यनंत साखळी...
नाही वृक्ष, नाही फांदी
मी तो नगण्य पाकळी.

करकचून बांधता
असा भूताचा वारसा
माझे मलाच कळेना
बिंब किंवा मी आरसा?

उद्ध्वस्त अवशेषांमध्ये

जुनाट अनामिक किल्ल्याच्या
उद्ध्वस्त अवशेषांमध्ये
उभे आहोत आपण
एकमेकांचे हात हाती घट्ट धरून

डावीकडे खोल दरी
तळाशी काळोखात जाणारी
डोक्यावर पडकी कमान
काळाची भयाण जांभई सुचवणारी

दरीतून झपाटलेले वारे घोंगावत येते
आपल्या देहांना वेटाळून हेलपाटत जाते
आणि सूर्य तर कधीचाच डोंगरामागे बुडालेला...

आपण उभे, अगतिक, भयभीत,
–प्रश्न इतकाच आहे
कमानीतला डगडगता दगड आधी सुटणार -
की कड्यावरून पावले आधी निसटणार?

श्रावण

रुक्ष धुळीच्या शहरावरती
सिंचन करतो श्रावण सहृदय
धार झेलते माथ्यावरती
तृणपातेही लागुनिया लय.

गावाबाहिर कुरणामधुनी
तृप्तपणाने चरती गायी
शुद्ध कलात्मक आनंदाने
इवले कुत्रे भुंकत राही.

कुठे फटीतुन फुटला पिंपळ
लाल कोवळी त्याची पाने
साज तनूवर जळथेंबांचा
बघत राहती कुतूहलाने.

हिरवळ चढुनी देहावरती
दगडांचेही झाले पाचू
गढूळ तांबुस ओहळ दिसता
मुले लागली खिदळत नाचू.

वनदेवीचे चिमणे दर्पण
ठायी ठायी तशी पाणथळ
नखायेवढ्या मासोळ्यांची
त्यात चालली जिवंत सळसळ.

गगनाचा विस्तार निळा वर
अथांग खाली हिरवा सागर
श्रावणओल्या झुळका येता
श्वास संथ घे मध्ये चराचर.

अटळ

शेवटी अटळ असते
गाठी तुटत जाणे
संबंध सुटत जाणे.

शेवटी अटळ असते
रंग विटत जाणे
क्षितिज मिटत जाणे.

डाग

समोरच्या भिंतीवरचा तो डाग –
कधी मला दिसते तिथे एक सुंदर मुलगी,
तर कधी दिसतो एक लांडगा.

कधी कधी तर सुंदर मुलीचाच
बघता बघता लांडगा बनतो.
मग तिच्या केसांतल्या उमलत्या कळ्या
बनतात लांडग्याचे हिंस्त्र दात,
आणि तिच्या कानातले चमचमते कर्णभूषण
बनतो त्याचा लकाकता कपटी क्रूर डोळा.

अलीकडे तर भिंतीवर मुलगी नसते, लांडगाही नसतो,
तिथे असतो एक रस्ता, अंधारलेला,
वळणावळणांनी जाणारा, गूढगर्द अरण्यात गडप होणारा!

आता मी भिंतीकडे बघणे सोडून दिले आहे
पण माझे पाय अरण्याची वाट
आधीच चालू लागले आहेत
अरण्याचा अटळ शेवट मला कळून चुकला आहे.

तसे

दोन फूलपाकळ्यांची
अलौकिक जवळीक
तसे निकट आपण.

दोन पाकळ्यांमधून
अवकाश अंतराय
दूर तितके आपण.

उठे गंधाचा कल्लोळ
तसे अनावर सुख
खुपे परागाचा कण
सलणारे तसे दु:ख.

माळरान

पाय चालताहेत.
भोनती उजाड माळरानांवर रांडलेली
भगभगती उन्हे
आणि सर्वभर झळाळणारी, डोळे भाजणारी
कठोर निर्मम मृगजळे...

सुगंधाने उतू जाणाऱ्या
रंगीबेरंगी फुलांनी डवरलेल्या
बागा ओलांडून आल्यानंतर
ही उन्हे आणि ही मृगजळेही
कदाचित अपरिहार्य असतील या पावलांना.

भय एकच वाटते,
आता माझ्या आतही सुरू झाले आहे
एक उजाड माळरान, ज्यावर सांडताहेत
भगभगती उन्हे, झळाळताहेत मृगजळे!

हे आतले माळरान प्रतिक्षणी विस्तारते आहे
ते जेव्हा बाहेरच्या माळरानाला भिडेल तेव्हा...

भातुकली

चार उभारल्या भिंती
केले छोटे घरकूल
बोळक्यांची उतरंड
तीन खड्यांचीच चूल.

चुलीवर बोळक्यांत
शिजे खोटे खोटे अन्न
भातुकलीच्या खेळात
विसरले देहभान

चुलीतून उसळल्या
लाल जास्वंदीच्या ज्वाळा
भिंती उंचावत गेल्या
थेट भिडल्या आभाळा.

बोळक्यांची उठे फौज
आत बंदिस्त मी झाले
झुके छप्पर खालती
पाय भुईने गिळले.

सांज काजळत आली
हाका येतात दुरून
आई! ठेव ना हा आता
खेळ सारा आवरून!

जीत

दोन्ही हात उंच उभारून
त्याने एक प्रचंड आरोळी ठोकली
पण झाडाचे पान हलले नाही
की गवताचे पातेही थरारले नाही.

त्याने हातांत वारे धरून त्वेषाने पिळवटले
पण ते अलगद निसटून गेले
आणि सर्वभर झुळझुळत राहिले.

हिरवेगर्द रान आपल्या मस्तीत झुलत होते.
सर्पाकार वळसे उलगडत वेली फोफावल्या होत्या.
सरळसोट वृक्ष आभाळाला भिडले होते,
रानगवताचा उन्मत्त वास दरवळत होता.
आणि दूर कुठे तरी धबधबा कोसळत होता.

—मग त्याने चिडून खाली पाहिले
एक लहानसा प्रतिकारशून्य खडा पायाने ठोकरला
आणि जग जिंकल्याच्या आविर्भावात
सम्राटगतीने पावले टाकीत तो चालू लागला.

चुरा

दिवस फूलपाखरांसारखे
उडत आले
पकडले. मारले
टाचून ठेवले आठवणींच्या पानांवर,

आता जुन्या वह्या चाळताना
खाली गळून पडतो फक्त
रंग उडालेला थोडासा वर्ख
आणि वाळलेल्या पंखांचा चुरा.

रानात कुठेतरी

रानात कुठे तरी मध्येच थांबलेली गाडी
अनोळखी आसमंतावर कललेली अजस्त्र सांज
दबा धरून बसलेल्या श्वापदाचे सावध श्वास
तसा थबकून थबकून येणारा वाऱ्याचा आवाज.

चारी दिशा सीमित करणारी करवतकाळी डोंगररेघ
तळाशी साचलेला काळोख अविचलित स्तब्ध,
अदृश्य पायवाटेने तरंगत जाणारा आधारहीन कंदील
अवघेच अचानक, अपरिचित, आक्रमक, असंदर्भ.

चहूकडून येऊ लागतात इषारे अंगावर
बाहेरची अनोळख शिरते आतल्याही असंख्य चेहऱ्यांत
माझ्या नकळत निघाले आहे मी त्या कंदिलासोबत
शरीर मागे गाडीत ठेवून, तुडवीत अटळ पायवाट.

चित्रलिपीतल्या चिनी कविता

चित्रलिपीतल्या चिनी कविता :
पडद्याआडून डोकावणारा गूढ आशय
भावनांचे अनिरुद्ध प्रवाह, भूमिगत,
आणि ठायी ठायी पेरून ठेवलेले स्फोट, संवेदनांचे

मी मूढ डोळ्यांनी बघते कविता
उभ्या रेषा, तिरप्या रेषा, काटकोनांत मिळालेल्या रेषा,
रेषांचा ऐंद्रजालिक चक्रव्यूह.

मनात जुळवत जाते तपशील न आकळलेले
सफरचंदाचा मोहर: बांबूची बने : शांत सावल्या :
चांदण्यात चमकणारी नि:स्तब्ध तळी :
हृदयाशी कमळे धरलेली आतुर कुमारिका :
आणि दौडत जाणारे घोडे...

मी ओळींवरून फिरवते बोटे
शब्दांपलीकडून आशय झिरपत राहतो मनात
स्पर्शातून स्पर्शातील भोगणारी मी...
जाणिवेचा सोहळा दुरून बघणारी, सुखावणारी मी...

ती

मावळतीचे संध्यारंग होऊन
ती आभाळभर निखुरली,
झुळझुळत्या वाऱ्याबरोबर
आकाशात हेलकावत राहिली,
झाडांखालच्या सावल्यांतून
भराभर काळवंडत गेली;

आता क्षितिजावर चांदणी होऊन
ती क्षीणपणे चमकते आहे
लौकरच येणाऱ्या अपरिहार्य रात्रीची
प्रतीक्षा करीत.

मांजर

सारी इंद्रिये आवरून अंतर्गत
जशी पंज्यांत ओढलेली नखे
ती आहे सर्वात उंचावर बसलेली
स्वस्थ, अलिप्त, रहस्यमय,
साऱ्यांपासून दूर...
खाली रस्त्यावर वाहणारा माणसांचा महापूर.

ती अत्यंत सुखासीन, सत्त्वस्थ
पूर्णपणे बुडालेली आपल्याच मऊ तलम
केसाळपणात,
वरच्या स्तब्धतेखाली आत सर्वभर वीजच वीज
आणि डोळ्यावर कातडे ओढणारी निष्पाप नीज.
शेपटीचा गोंडा मात्र सावध, जागा, सतर्क,
मधूनच उंचावणारा, सजग जाणिवेसारखा.

तिच्या डोळ्यांच्या आत
पसरलेली असते एक प्रदीर्घ रात्र
गहन, काळीभोर,
रात्र केवळ तिची, तिच्यासाठी,
जिथे आश्वासित असतात खोल गाठीभेटी,
छपरावरची न वाजणारी पावले,
न कळणारे संवाद
अनाहूत सुखाचे अनाहत नाद.

तिचा जबडा उघडतो सावकाश, संथ,
रांगेत दिसतात टोकदार सुळे,
लालचुटुक काटेरी जीभ;

हिरवे चमकदार डोळे क्षणभर किलकिले होतात
ती देते एक प्रदीर्घ जांभई;
पाय तणावते, कूस पालटते, शवासन करते,
पोटातील तृप्त घुरघुर
अवघ्या व्यक्तित्वाला संथ ताल धरते.

चंद्र उगवून आले

चंद्र उगवून आले
गेले आभाळ भरून
होते अवेळी निघाले
मीही माझिया घरून!

चंद्र ओथंबून आले
झगमगले चांदणे
झाली अवघ्या अंगांगी
नवलाईची गोंदणे

चंद्र ओसंडून गेले
जगे चांदण्यात न्हाली
अद्भुतशी इंद्रजाले
मला कवळाया आली

चंद्र वितळत गेले
मन चांदण्याचे तळे
अंतरंगी उमलले
शुभ्र कमळाचे कळे!

अधोमुख

परिचित जगाचे ढासळणारे दिशाकोन
आणि अधोमुख नक्षत्रे :

आता सभोवती वाहताहेत
ते अवघेच वारे परके आहेत,
आता सभोवती दिसताहेत
ते अवघेच चेहरे अनोळखी आहेत.

भराभर पुसताहेत जुन्या पाऊलखुणा
होताहेत आघात पुन्हा पुन्हा आणि पुन्हा.
रक्ताच्या धाग्यांची वीण उलगडत सुटते
पावले बुडतील इतकेच पाणी –
तेही बघता बघता आटते.

रेषा

क्षितिजाच्या आडून उफाळलेला झगमगता कल्लोळ,
एकमेकांत मिसळत उसळणारे अनिवार उत्कट रंग,
अवकाशातून निथळणारी टपटपती शांतता,
आणि निमिषाच्या अग्रावर स्थिरावलेला काळ,
चार दिशांच्या चौकटीत बंदिस्त क्षणचित्र
एक पान हलत नाही, एक पाखरू बोलत नाही...

जीवनमरणाच्या रेषा परस्परांना छेदून जात आहेत
...सूर्य उगवतो आहे की मावळतो आहे?

चर्च

पहाटेच्या फिक्या काळोखात उभे असलेले चर्च
क्रुसाच्या आकाराचा गधला मजला
अर्धवट उघड्या दारातून दिसणारे दृश्य...

आल्टरवर जळणाऱ्या मेणबत्त्या, मोजक्या,
पिवळ्या अश्रूंसारखा ठिबकणारा उजेड
दारातून ओघळत बाहेर येणारा,
आतल्या सावल्यांच्या हालचाली गूढ, काळे पोशाख
आणि प्रार्थनेचे मंद सूर, अस्फुट हुंदक्यांसारखे.

माझे हिंदू संस्कारी मन
थबकते, घुटमळते, शिरते मूढपणे आत चर्चच्या दारातून;

न दिसताही दिसू लागतो येशू क्रूसावर खिळलेला
आणि बाहेरच्या आभाळात
अवघ्या विश्वाची एकवटून आलेली असहायता
ख्रिस्तासह अज्ञाताची करुणा याचणारी.

माथ्यावर उभा

माथ्यावर उभा
नक्षत्रांचा पुंज
मनावर गंज
चढलेला

झडपावसाच्या
कोसळती धारा
संझेचा पिसारा
मोडलेला

हातातून तुझ्या
गुंफिलेला हात
खूण त्याची आत
जाणवेना

जिवंत रक्ताची
सभोवती धग
मला माझे जग
म्हणवेना.

मेहुली

एक मेहुली
हृदयतळाशी जपलेली मी सान बाहुली.
अंग तिने पांघरले माझे
            रंगहि माझे,
उतरुन मी तिजजवळ ठेवते
जन्मभराचे अवजड ओझे
            अशी मेहुली...

एक मेणुली
मनासारखी आकारित मी हवी तेधवा
अशी सोनुली,
तप्त जिवाच्या मुशीमध्ये मी तिज वितळवते,
तीही वळते
कधि घळघळते
आसू ढाळित, केव्हा जळते.

रूपे माझी सतत बदलती
ठसे तिच्यावर अनंत वठवुन
तिच्यात मज मी अशी पाहते
तीही माझ्या हर्षविषादा निमुट साहते
अशी मेणुली...
एक मेहुली, एक मेणुली

फार दूर नाही

जीर्ण खोडालाही पुन्हा फुटती धुमारे
तुला मला उमगले आहे सारे सारे,

प्रश्नांवाचूनच आता उत्तरे मिळाली
व्यथा, वेदना, किल्मिषे अवघी गळाली,

स्पर्शावाचून स्पर्शाचा भोगता सोहळा
हात तरी हातामध्ये धरावा कशाला?

ओसरली उन्हे तरी ऊब त्यांची उरे
भोवताली आश्वासक वाहतात वारे!

आता येऊ दे घेरीत सावल्या खुशाल
लपेटून घेऊ अंगी काळोखाची शाल.

अरे! हीच वेळ आहे निवांत होण्याची
स्वत:मध्ये खोल खोल बुडून जाण्याची.

तुझ्या-माझ्यापुरती ही पायांखाली भुई
-आभाळही आता तसे फार दूर नाही.

मिटतच गेले दरवाजे

जेव्हा युगचक्र फिरून गेले
तेव्हा प्रत्यक्षात एखादा क्षणच पुढे सरकला असेल.
माझ्या जगाचे आकार पालटत राहिले
अंधाराचे उजेडाचे झोत उजळत काजळत राहिले...

पुन्हा सारे जिथल्यातिथे, तरी ते तसे नव्हते,
परिचित रस्ते बदलले होते;
डोळ्यांतल्या ओळखीच्या वाटा पुढे पुढे सरकत
थेट क्षितिजाला जाऊन तिथे विरल्या होत्या;
काही वेड्यावाकड्या पिळवटून परत फिरल्या होत्या.

मग पटापट मिटतच गेले दरवाजे
नंतर शिवलेले ओठ, गिळलेली आणभाक,
भोवती काजळात कालवलेला ओला काळोख,
आणि एका बंद दाराशी मी उभी;
माझेच घर होते ते, पण दरवाजा उघडलाच नाही,

आता फक्त काळोखाचे काळे थेंब टपटपताहेत
आणि दोन थेंबांतले अंतर
प्रतिक्षणी युगाइतके लांबत आहे.

त्वचेच्या आडपडद्याने

त्वचेच्या आडपडद्याने
दुभंगले आहे माझे जग.
आतले समुद्री आवेग
धडकतात किनाऱ्यावर
        आणि फिरतात परत.

ज्ञानेंद्रियांची बंदरेही बंदिस्त
जात नाहीत आतल्या नौका
कुठल्याच देशाला...
कापीत नाहीत कुठलेच पाणी.

आतले आत, बाहेरचे बाहेर.
त्वचेच्या आडपडद्याने मी
        इथे एकाकी,
        तिथे परकी.

जाती भिजून जेव्हा

जाती भिजून जेव्हा ही पावसात राने
का बासरीत माझ्या झरते उदास गाणे?

आता कुठे ढगांचा घनभार हालताहे
दूरात पश्चिमेला नभ मोकळेच आहे
जाता लवून वीज, क्षितिजावरी मुक्याने
का बासरीत माझ्या झरते उदास गाणे!

निःस्पंद सर्व वेली, निःस्तब्ध वृक्ष सारे
चाहूल काहि घेती थबकून सर्व वारे
जळथेंब गाळताना होता निमूट पाने
का बासरीत माझ्या झरते उदास गाणे?

भूमीतुनी कुणाचा निःश्वास खोल येतो?
पंखांत पाखरांच्या काळोख गर्द होतो
हा प्राण विद्ध होता अज्ञात आठवाने
का बासरीत माझ्या झरते उदास गाणे?

जन्मापलीकडे का हे सूर जन्मतात?
बोली अनाहताची ते काय बोलतात?
माझी मलाच खूण, पटता अशी नव्याने
का बासरीत माझ्या झरते उदास गाणे?

सोन्याची पाखरे

सोन्याची पाखरे
भिरभिरतात आभाळात
त्यांना शाप असतो बंदिस्तपणाचा
आखून दिलेल्या रस्त्याने जाण्याचा.

मोकळ्या आभाळातही
प्रत्येकाभोवती असतो त्याचा स्वतंत्र पिंजरा
जो दिसत नाही कुणालाच.

सोन्याची पाखरे किलबिलतात
त्यांच्या मंजुळ स्वरांत असते एक चिरकी धार
जी ओरखडा काढते मनावर
मखमलीतल्या काट्यासारखा.

सोन्याची पाखरे मरून जातात
अचानक, विनातक्रार,
पिंजऱ्याच्या शापातून मुक्त होतात,
तेव्हा इतर पाखरे आनंदाची आसवे ढाळतात,
प्रतिक्रिया व्यक्त करणे निग्रहाने टाळतात.

बहर

फुलामागून फुलताहेत फुले
बहरामागून गळताहेत बहर
ढळताहेत हलके हलके
उत्तररात्रीचे अंतिम प्रहर.

प्रत्येक फूल वेगळे, आणि
प्रत्येकाची वेगळी कहाणी
साऱ्या कहाण्यांमधून पण
एकच असते पऱ्यांची राणी.

हृदयावरचे बहर सारून
पऱ्यांची राणी झुकते खाली
मृत्युगार चुंबन घेते
पांढरे ओठ ठेवून गाली.

हृदयतळाशी भिनत जाते
पांढऱ्या ओठांचे निळे जहर,
उत्तररात्र सोसत राहाते
अपरिहार्य फुलांचे बहर.

पुतळा

माझाच एक पुतळा मी तयार केला
आणि उभा करून ठेवला भर चौकात;

लोक येता जाताना पुतळा बघतात
–स्थिर, धीरोदात्त, न डगमगणारा, न बोलणारा,
उन्हापावसाचे, वाऱ्यावादळाचे आघात झेलणारा,
ऐटबाज पवित्रा घेऊन आभाळ माथ्यावर तोलणारा,

लोक कौतुक करतात पुतळ्याचे, स्तिमित होतात,
आणि मी–

हताश, पराभूत, ठायी ठायी अडणारी,
भेदरणारी, थबकणारी, चाचपडणारी,
अनोळखी गर्दीत भांबावून आतल्याआत रडणारी,

आता तर हुंदक्यांनी गदगदत
मी पुतळ्याच्या पायाशीच टेकले आहे,
पुतळ्याच्या लांबलचक सावलीने मला गिळून टाकले आहे.

कविता फुटत नाही

शब्दांचे देठ खुडता
वळून नये पाहू
गढूळलेल्या पाण्यात पुन्हा
पाय नये देऊ.

फूलपाखरांचे झगमग पंख
–नंतर होतो चुरा
कुठला रंग खोटा म्हणशील;
कुठला म्हणशील खरा?

निग्रहाच्या नकाराची
ठाम इतकी ग्वाही
खुडल्या शब्दामधून पुन्हा
कविता फुटत नाही!

पडदानशीन

बोलताना खूप मनमोकळे होत जायचे
तरीही मुद्याचे काही ठेवायचे स्वत:शीच
उधळायचे हसू सर्वत्र, निरागस, मुक्त,
तरीही ओठांआड राखायचे कुलूपबंद
खाजगी इवलेसे हसू, आपल्यासाठीच फक्त.

मोकळ्या रस्त्यावरून चालतानाही
पावलांनी आखून घ्यायची आपली वेगळी वाट
सरावाची, बिनधोक,
आणि कधी कधी, भरल्या बाजारात
आपणही व्हायचे नि:शंक, हिशेबी, रोखठोक.

एकीकडे पदर उडत असतो स्वैर वाऱ्यावर
तरीही माझ्यापुरती मी सख्त पडदानशीन
साता बुरख्यांआडच्या गच्च काळोखात
उतरवून ठेवत असते साता जन्मांचा शीण.

रात्र जेव्हा

रात्र जेव्हा तोंड फिरवून
दुसऱ्या कुशीवर वळली
तेव्हा दाटून आले मनात
अपार एकाकीपण
आणि घुसमटून काळोखात
सताड डोळ्यांनी वाचत राहिले मी
माझा भविष्यलेख.

–कितीतरी काळानंतर
आज उमगते आहे
एकाकीपणालाही
पाठमोऱ्या रात्रीचीच सोबत असते.

सुगंधाचे नि:शब्द स्फोट

सुगंधाचे नि:शब्द स्फोट, रंगांचे जळते लोळ
सौंदर्याचे एक स्वयंपूर्ण विश्व : गुलाब;
लाल, पिवळे, केशरी, पांढरे, शेंदरी, जांभळे
अवती भवती भरून भरून : गुलाब.

काही दिमाखदार उंच ताठर, लाजून खाली लवलेले काही,
गुच्छातच गुरफटून परस्परांशी कुजबुजणारे काही
एखादी कळी पाकळीच्या पदराआडून हळूच पाहणारी
एखादी अंतर्मुख, आत्मलीन, स्वत:शीच संतुष्ट राहणारी.

गुलाब माझे बोट धरतात, नेतात मला भूतकाळात
आठवतो मला माझा पहिला वहिला अपराध अजाण
जेव्हा परक्याच्या बागेतला हवाहवासा गुलाब चोरताना
आली होती सबंध फांदीच मोडून माझ्या हातात!

आठवतो एक गुलाब-बगीचा पिवळाधम्म बहरलेला
आठवतात तीक्ष्ण टोकदार काटे, लालभडक रक्त;
आठवतात अवचित बिलगणाऱ्या बिनकाट्यांच्या वेली
आठवतात गुलाबभेटींचे खाजगी संदर्भ
आणि आठवतात काही गुलाब...गुलाब फक्त!

आठवतात उत्सवानंतरचे शिळे गुलाब, गळलेल्या पाकळ्या
भोवतालच्या गुलाबी उल्लासाचा अटळ अपरिहार्य ओसर.

गाऊन फार गेले

अर्थावरून पाणी वाहून फार गेले
चैतन्यहीन गाणी गाऊन फार गेले.

दुथडी भरून पूर आला निघून गेला
वाळूत कोरड्या या न्हाऊन फार गेले.

साद्यंत ऐकविल्या त्या त्या पुन्हा कहाण्या
पडसाद मात्र मागे राहून फार गेले.

आत्म्यासवेच कोणी केले सदैव वैर
नवसास देव खोटे पावून फार गेले.

झेलून वीज माथा उद्ध्वस्त होय कोणी
त्याची व्यथा मजेने पाहून फार गेले.

शिलगावले निखारे ते वेगळेच होते
ती राख चाचपाया धावून फार गेले.

वारूळ

प्रथम तिने आभाळाची कोळिष्टके झाडून टाकली
मग दिशा पुसून घेतल्या नीट,
प्रदूषित हवेवर तिने शिंपडल्या चार ताज्या झुळका
आणि उधळली ओंजळ ओंजळ उन्हे सर्वभर.

–आभाळाचा निळाभोर रंग लकाकू लागला
आणि दिशा प्रसन्न हसू लागल्या.

नंतर तिची नजर खाली वळली
धुळीचा कण न् कण तिने टिपून घेतला
गवताचे पाते नि पाते केले हिरवे लखलखीत;

एक कृतार्थ हसू तिच्या ओठांवर उमटले
डोळे कृतज्ञतेने आसमंत निरखीत राहिले,

तेवढ्यात तिच्या ध्यानात आले,
आपल्या पायांभोवती वारूळ चढायला सुरुवात झाली आहे
आणि आत तक्षकाचा वंश वाढू लागला आहे.

अनिकेत

जोवर आभाळाला फुटत नाहीत फांद्या
आपल्याला सावली देण्यासाठी
आणि अंथरत नाही जमीन पावलांखाली रुजामे
काटेकुटे, दगडगोटे झाकण्यासाठी
तोवर आपली साऱ्यांचीच घरे बांधलेली उन्हात.
झोपडी असो की इमारत
गढी असो की किल्ला
आपण सारेच अनिकेत या विस्तीर्ण आभाळाखाली.

इतक्या पावसाळ्यांनी

इतक्या पावसाळ्यांनी शिकवलेले सावध शहाणपण
पावसाच्या पहिल्या सरीबरोबर कुठे वाहून जाते?
देहावरून गळून पडतात वर्षावर्षांचे निबर थर;
तळहाती झेललेल्या थेंबाबरोबर मन थरथरत राहाते.

आठवते वेळीअवेळी पावसात भटकणे, चिंब होणे,
पदर अंगाभोवती घट्ट वेढीत आतल्याआत शहारणे,
काळाभोर ढग होऊन आभाळभर स्वैर पसरणे,
हिरवळीसह हेलकावणे, झुलणे, स्वतःला पार विसरणे.

आठवतो अकारण उदासपणा, मनाची हुरहूर भोळी,
आठवतात पहिल्यावहिल्या कविता, अर्ध्यामुर्ध्या ओळी,
आठवते पावसाआड लपलेले डोळ्यांतले खारे पाणी,
आठवतात अभावित रुजलेली एकूणएक पाऊसगाणी.

हिरवीगर्द राने उलगडत, विस्तारत जातात,
घनदाट होत जाते आभाळ, झिरपते खोलवर आत,
पाऊस कोसळत राहतो, घोंघावत येतो पूर
वाजू लागतात अज्ञात घंटा, आयुष्यापलीकडचे संदिग्ध सूर.

कागदी क्षितिजाआडून

कागदी क्षितिजाआडून मी
चंद्र पाहिले, सूर्य पाहिले,
चित्रातल्याच समुद्रावर
माझी वादळे उठवीत राहिले.

वाटले होते आज ना उद्या
ओसंडेल समुद्रजळ
कागदी क्षितिज, चंद्र, सूर्य,
जागवतील रक्तात कळ.

शेवटी कागदी क्षितिजाआडच
थोडे अस्त, थोडे उदय,
चित्रातच असेल केवळ
समुद्राचा उगम, विलय,

तरल्याचा तर आनंद काय?
बुडण्याचेही कसले भय?

खेळ

आंधळ्या बोटांनी खुळ्या वस्तू चाचपण्याचा हा खेळ
खेळावाच लागतो आयुष्यात प्रत्येकाला;
कुणी हा खेळ खेळता खेळताच हरवले
कुणी घटकेच्या भाडोत्री उंटावरून मिरवले.

जे हरवले ते कुठे गेले?
जे मिरवले त्यांचे तरी काय झाले?
सारेच गेले आहेत आता क्षितिजापार
मागे उरली आहेत पुसट पदचिन्हे चार
आणि वाळवंटातली वाळू गार
इथे तिथे उमटणारी मृगजळाची झुरुमुरू धार

विजनामधले पडके देउळ

विजनामधले पडके देउळ
ओशट ओला तो गाभारा
काळोखातील शिवलिंगावर
अभिषेकाची अखंड धारा.

टपटपणारी फुले वेचता
वयस्क वत्सल बकुळीखाली
बाळबिंब मम टिपण्यासाठी
बारव पुढची दर्पण झाली.

शुभ्र ढगांच्या विरळ सावल्या
खेळत होत्या अंगांगावर...
गळतच होती फुले सारखी
मन भरकटले...दूर...दूरवर.

परीकथेतील आले राजे
परीकथेतील आल्या राण्या
आटपाट नगरातिल साऱ्या
दाटुन आल्या गोड कहाण्या.

–वाहुन गेले उदंड पाणी
उरला मागे खारा वारा
आसुसलेल्या तळव्यांसाठी
कधी फूल तर कधी निखारा.

हळदपिवळी उन्हे

हळदपिवळी उन्हे हिरव्यागार माळरानांवर
मळवट भरलेले मावळतीचे आभाळ
आणि कुंकवाच्या टिळ्यासारखा अस्तोन्मुख सूर्य...

पाहिले आहे हे सारे पूर्वीही कितीकदा
आणि बदलत गेले संदर्भ सतत साऱ्यांचे
आता झपाट्याने गरगरत दृष्टीआड होणारे आसमंत
आणि अनोळखी सूर प्राणांतून सायंकालीन वाऱ्यांचे.

रोजचा सूर्य मावळताना कधी घडवीत,
कधी मोडीत गेला,
हळदपिवळी उन्हे तशीच, जरा प्रसन्न, जरा खिन्न,
मळवट ल्यायलेले पश्चिमेचे भाळ, लालभडक आभाळ,
मनभर सांडलेले कुंकू, उदास शहाणीव,
निरोपाची संध्याकाळ.

अनोळखी चेहऱ्यातून

अनोळखी चेहऱ्यातून मजकडे बघणारे
ओळखीचे गद्गद शोकात्म डोळे
गूढ, अनाकलनीय, सायंकालीन, काजळलेले
गर्द रानातले एकाकी तळे.

काळ्याभोर पापण्या झुकलेल्या डोळ्यांवर
सावल्या धरतात, करतात संदिग्ध त्यांना
तळ्याभोवतालची लव्हाळी, वर झुकलेली फांदी
पानात लपलेल्या पक्षांच्या अस्पष्ट ताना.

अनोळखी चेहऱ्यातल्या ओळखीच्या डोळ्यांत
शोधते मी माझेच प्रतिबिंब जुने
हृदयतळातून थरथरत राहते
एक पुरातन विस्मृतप्राय गाणे.

अनोळखी चेहऱ्यातले ओळखीचे डोळे
पाठमोरे होताना, दूर दूर जाताना
घालतात जीवघेणी व्याकुळ साद,
अवघड अरण्यातून उमटत उमटत
मिटत जाणारा
माझ्याच हाकांचा पुसट पडसाद.

झुला

कधी मागे, कधी पुढे,
जीव घेतो हेलकावे,
मुक्त सोडून स्वत:ला
संथ तरंगत जावे,
हिंदोळते लाटांवर
मीही आपुल्या स्वभावे.

नित्य झुलत राहतो
असा अधांतरी झुला
जशी फेकते झेलते
माय कौतुकाने मुला
नाही विसरू शकत
मीही माझ्यातल्या तुला.

झरा

आतले प्रवाहच आता आटून कोरडे झाले आहेत.
उमाळे आणू म्हणताही येत नाहीत.
धो धो रडणाऱ्या डोळ्यांकडे
मी बघू शकते संथ निर्विकार नजरेने
आणि मांडते मनातल्या मनात टोक हिशेब
वाहणाऱ्या आसवांचा, उमटणाऱ्या उसाशांचा.

अखेर रडणे केवळ एक चैन,
एक मलमपट्टी, एक... हे तर नुसते स्वतःला गोंजारणे.
तरी मीही सरावाने बोटे नेते डोळ्यांपाशी,
खबरदार राहते स्वतःशी,
–खडक वितळता कामा नये,
झरा फुटता कामा नये.

पूर

तसे तिचे घर होते
किती सुरक्षित, दूर,
आणि विसावले होते
संथ श्वसनात ऊर.

चार भिंतीआड होता
तिचा सुस्थिर संसार
होता पतीच्या बाहूंचा
तिला भक्कम आधार.

नाही ओलांडला कधी
तिने ठाम दारवंठा
नाही पाहिला कधीही
कालिंदीचा पाणवठा.

तरी एका अपरात्री
आला घोंगावत पूर
तिचे घर वेटाळून
गेला फोफावत दूर!

घरी हजार दालने
आणि खोलीआड खोली
सात कवाडे फोडून
धून बासरीची आली.

नाही तिलाही कळले
होता शाप किंवा वर
झाले उभ्याचे आडवे
तिचे घरंदाज घर!

– आता पाण्यातून उठे
एक नि:श्वास व्याकुळ
ऐल बुडणारे घर
पैल अलभ्य गोकुळ.

एक एकटे आभाळ

एक एकटे आभाळ
क्षितिजावर भडकलेला जाळ.
दरम्यान
आपल्याच तंद्रीत तरंगत निघालेले ढग,
खाली खोल दूर
अस्वस्थ समुद्राची उचंबळ, तगमग.

क्षितिजावर भडकलेला जाळ...
दूरस्थ पाण्यावर फक्त उतरते गुलाबी सावली
आभाळ दूर, ढग दूर, पाणी दूर
अस्वस्थ पाण्यावर मंद गुलाबी हुरहूर...

काळोख

काळोख असतो समदर्शी, समजूतदार
दाटत येतो चहूकडून, वेढतो, घुसतो आरपार
मिटवून टाकतो सारे भेद, रंगारूपाचे वेगळेपण
असतो सर्वसमावेशक, विश्वंभर, विश्वाकार.

काळोखखोल शहाणपण मायाळू हातांनी वेढून घेते
प्रौढ वयही प्रगल्भ वात्सल्याने हळूवार जोजवते;
सारे शीण विसावतात काळोखाच्याच मांडीवर
काळोखाच्या अंगाईला काजळकाळी लय लागते.

काळोखाचा निर्धार अंतिम टोकाला जाणारा
काळोखाचा ताण प्राण प्राण पिळवटणारा
करीत नाही तडजोड फिकट उजेडाशी, संदिग्धाशी,
काळोख अत्यंत आत्मलीन, आपले गाणे आपण गाणारा.

असंभाव्य

असंभाव्य चित्रविचित्र सुंदर फुले
फुलून गळत राहतात, आतल्या आत,
हे माझे खाजगी वसंतऋतू.

बाहेरचे जग उदासीन, परके,
ऋतू येतात, ऋतू जातात,
आभाळ कूस पालटते, दिवसरात्री कलंडतात
अनोळखी चित्रविचित्र फुले माझ्या आत
झरत राहाते बरसात.

आणि मग, अटळपणे
एकेका फुलाचे सुंदर शुभ्र मरण
हातात कोमेजलेल्या चार पाकळ्या
त्यांवर मावळतीचे उदास किरण.

जवळ दूर

पावलांत पावले उठत गेली
पहिली पावले मिटत गेली
मातीला आला मातीचा पूर
जवळ दूर, जवळ दूर.

टापा, खूर, पावले आली
आली तशी निमूट गेली –

सुन्न मोकळ्या रस्त्यावरती
काळोखाला आली भरती
आकाशातून केवळ आता
काळोखाचा ढळतो चूर.

कोण?

तसे तर काहीच बदलत नाही, बदललेही नाही
तरीही सारे परके का वाटते?
डोळ्यांतून घनघोर पाऊस पडत असताना
अचानक काय होते? पाणी मध्येच कसे आटते?

फुलांचे टवटवीत बहर अजून सर्वदूर ओथंबलेले
मग एखादीच फांदी अवचित मोडून पडते कशी?
क्षितिजावर अनंत रंगांचा कल्लोळ उसळताना
मध्येच कोण पुसून टाकते सारे? पाडते फशी?

आपुलकी ओसंडत असताना खोल हृदयतळातून
दूरस्थपणाचे वाळवंट कसे पसरते लांबच लांब?
उमाळ्याने ओथंबून पुढे मी झेपावताना
आतून कोण इशारा देते, 'नको, जरा थांब!'

छिन्नी

दिवसाचे उन्हेरी रणरणते हात
माझ्या अवघ्या अस्तित्वावर
छिन्नी मारीत बसतात,
टवका टवका उडत जातो
काय कोण जाणे, घडवीत असतात.

उन्हेरी हात थकतात
छिन्नीचे घाव मंदावतात
रात्र उतरते अलगद
वाऱ्याची गार फुंकर, ताऱ्यांचा हळुवार स्पर्श

टवके भरून बुजत आलेले
नव्या दिवसासाठी
अवघे अस्तित्व सलग, सजग
नव्या घावांना पुन्हा सामोरलेले.

सरता बहार आहे

सरता बहार आहे घे तू फुले खुडून
आता वसंतपक्षी रे जायचा उडून!

आल्या तशा निमाल्या साऱ्या प्रदोषवेळा
कुरवाळता कळ्यांना रवि मावळून गेला
उरलेत रंग तेही बघ चालले बुडून
आता वसंतपक्षी रे जायचा उडून!

तेव्हा फुलांहुनीही देहास गंध होता
मातीस वासनेचा आवेग अंध होता
एका क्षणास होते अवघे ऋतू जडून
आता वसंतपक्षी रे जायचा उडून!

उरली मुळी न वेळा, झाला विलंब आहे
सरता बहार वेगे शिशिरात लोपताहे
या चार पाकळ्याही जातील की झडून
आता वसंतपक्षी रे जायचा उडून!

रुचले असेल, नसेल

ही झाडे दुरून कुठून तरी येऊन
अचानक इथे थांबल्यासारखी,
आणि वाटेनेही आधी ठरवून
हे वळण असे घेतलेले...

इथली जमीन
एक अदृश्य वर्तुळ स्वत:भोवती रेखून
वेगळी अलग झालेली,
आणि पावलांखालची गवती रानफुले
थेट परीकथेतून उठून आलेली...

पाखरांचा चिवचिवाट
हवेतून झिरपत मंद होतो,
वारा पानांचेच पोपटीपण लेवून येतो.

मी प्राणपणाने घालते साद जमीन आभाळवाऱ्यांना,
मी बाहू पसरते कवळू बघते हृदयाशी साऱ्यांना,
झंकारते तार तार, पसरतात अदृश्य कंपने
यांना रुचले असेल, नसेल, माझे इथे येणे?

माहीत नव्हते

माहीत नव्हते
खुडलेले उत्फुल्ल गुलाब
इतक्या लवकर पाकळ्या गाळतील;

माहीत नव्हते
फूलपणाचे सनातन व्रत
इतक्या निष्ठेने अचूक पाळतील.

शेवटचे पाऊल निसटताना

कड्यावरून शेवटचे पाऊल निसटताना
जाणवत आहे तळव्याला गवताचा हिरवा स्पर्श,
वेगाने खाली कोसळताना
कानांशी लगटून मागे फेकले जाणारे वारे,
आणि झपाट्याने वर येणारी काळदरी.

चाचपडणारे हात
आधारासाठी एखादी मुळी धरू बघणारे
आणि हरपताना शुद्ध,
अर्धवट बधिर संज्ञेला अखेरची जाग आणणारे
डोळ्यांशी समांतर येणारे
निरागस कुतूहलाने माझ्याकडे बघणारे
उतरणीवर डुलणारे
एक अबोध बाळफूल.

फांदीलाच फुटलेला

फांदीलाच फुटलेला
असा एक स्तब्ध पक्षी
त्याच्या अबोल दुःखाला
उभे आसमंत साक्षी.

वळे दुसऱ्या अंगाला
कूस पालटून पाणी
वसंताचे दिवास्वप्न
त्याच्या रेंगाळते मनी

साद कधी न येणारी
तिची अखंड प्रतीक्षा
फांदीवरच्या पक्ष्याला
पंख गाळण्याची शिक्षा.

रेल्वेच्या थर्डक्लासमध्ये

रेल्वेच्या थर्डक्लासमध्ये
बायकांच्या डब्यात ती दिसली मला.
खोट्या रेशमाची चुरगळलेली साडी
पायात उंच टाचांच्या सँडल्स, बंद तुटलेल्या,
रुख्या केसांच्या बटा कपाळावर उतरलेल्या,
काळ्या गॉगलने गिळलेले डोळे,
हातात सावरलेली भली थोरली पर्स,
          (पैसे असतील? नसतील?)
आणि हो –
नखांवरचा रंग उडालेल्या बोटांत बेफिकीर सिगारेट.

बायकांच्या गर्दीत ती एकटी, अलिप्त,
बायकी कोलाहलात ती संपूर्ण मुकी,
बायकी भांडणातून ती कटाक्षाने वगळलेली,
–कपाळावर एक आठी मध्येच चमकून जाणारी
ओठांची चाळवाचाळव शब्दांवाचून गाणे गाणारी.

कुठले तरी स्टेशन येते, ती जागेवरून उठते,
माझ्या जवळून जाते, दारातून खाली उतरते.
आता माझ्या सोबतीला सरत्या सेंटचा उग्र दर्प,
आणि सिगारेटच्या जळत्या टोकावर चमकून गेलेले
तिचे धगधगते काळीज.

उंबरठ्याच्या आत

उंबरठ्याच्या आत कुचंबुन कोणी
पदर फेडुनी उभी कुणी बाहेर–
दोघींनाही आधाराला असते
झुळझुळणारे ममतेचे माहेर.

कोनाड्यातील अलगद सागरगोटे
खारवलेली अन् आंब्याची फोड
ओटीवरच्या सांजसावल्या लांब
गाभुळलेले आठव आंबटगोड.

निबर पावले तुडवित जाता पुढती
वळणे वेडी, अडवेतिडवे रस्ते,
पाण्यावरती कधी तरंगत येती
पायांवाचुन घुंगुरवाळे नुसते.

सारे वाहुन विखरुन गेल्यावरही
माजघरातिल उरे फणेरी पेटी
ठामपणाने उभे बोट मेणाचे
विस्कटलेल्या भ्रांत कुंकवापाठी.

मनगटाची शीर कापून

मनगटाची शीर कापून
शांतपणे रक्त वाहू द्यावे
तसे तिने मन मोकळे केले
    एका ओहोटत्या संध्याकाळी,

आता ती निपचित, शब्द निपचित,
        रात्र निपचित

मनात खोल एक मंद ठसठस
वाहून गेलेल्या रक्तानंतरच्या वेदनेसारखी.

प्रत्येक वळणावर

आयुष्याच्या प्रत्येक वळणावर अर्थ बदलून
तेच तेच शब्द पुन्हा पुन्हा सामोरे येतात

सरळ वाटेवरून हात धरून चालवताना
काटेरी कंजाळात अवचित ढकलून देतात.

माहीत नव्हते, शब्दांचे अर्थ इतके उलटेसुलटे
माहीत नव्हते, त्यांच्यावरही चढलेले असतात मुखवटे.

कुणाला ठाऊक? शब्दांनाही असतील हळवे दुखरे भाग
ज्यांचा त्यांनाही लागू द्यायचा नसेल कुणाला माग!

शब्द म्हणजे कदाचित शब्दच नसतील फक्त
फुटताहेत का त्यांना हुंदके? अदृश्य भळभळणारे रक्त?

मी चंद्र पाहिला

चंद्र प्रथम पाहिला
मामाच्या चिरेबंदी वाड्यातून
निंबोणीच्या लेकुरवाळ्या झाडातून
तेव्हा आईने भरवलेल्या दूधभाताला
होता चांदण्याचा रंग, अमृताची चव.

चंद्र पुन्हा पाहिला
आवडत्या कवितांच्या पानांतून
स्वप्नभारल्या तरुण मनातून
तेव्हा सर्वांग झाले चांदण्याने मोहरलेले झाड
चंद्रच चंद्र दाटून आले मिटल्या पापणीआड.

नंतर चंद्र पाहिला
तेव्हा मी होते घनगर्द रानातले तृप्त तळे,
ज्यात तुडुंब फुलली होती शतदल शुभ्र कमळे;
चंद्र अलगद उतरून खाली आला
आपखुशीने कमळाकमळात बंदिस्त झाला.

आणि परवा चंद्र पाहिला
चंद्र पाहिला एकटाच फिरताना
जड पावलांनी आभाळ पार करताना
चंद्र थकलेला, खाली वाकलेला,
वयाचे ओझे वाहून
–ओळखीचे उदास हसला
चंद्र माझ्याकडे पाहून.

तो कालचा गजरा

तो कालचा गजरा पुन्हा केसांमध्ये माळू नको
सुकल्या स्मृतींवर आसवे वेडे पुन्हा ढाळू नको.

तू वेचली सुमने जिथे ओसाड तो पथ जाहला
आशाळभूतपणे पुन्हा तेथेच घोटाळू नको.

उदयाचलावर एकदा तू रंग सुंदर पाहिले
तिमिरात त्यांचा लोपही बघणे अता टाळू नको.

जातात ही उडुनी अशी उघड्या कुपीतिल अत्तरे
रंगीन काच रिती पडे ती व्यर्थ सांभाळू नको.

उमलून ये आनंद जो गळणार त्याच्या पाकळ्या
क्षणिकाबरी असल्या सये तू जीव ओवाळू नको.

कोसळतात परके समुद्र

कोसळतात परके समुद्र
आणि धुपत राहतात किनारे.
अज्ञात नारळीबनातून
झंझावत येतात वारे.

वर आभाळ उग्र काळे होत आहे,
मागले परिचित जग मागे सरकत आहे,
पायांखालची वाळू कणाकणाने ढासळत आहे.

मध्येच शुभ्र फेसाचे दात विचकित
लाट फुटते किनाऱ्यावर
मी उभी हरवून
माझ्यातलेही माझे घर.

पैलथडी आली सांज

पैलथडी आली सांज
आला कावळ्यांचा थवा
ऐलथडी आता तरी
उजळ तू तुझा दिवा.

वारा अडपझडप
काळी लिंबाची सावली
दिवा उजळ, जायचे –
पुन्हा परतपावली.

काळ्यावर उमटेल
एक पिवळेसे टिंब
उमटूनिया मिटेल
मिटो इवलेसे बिंब.

दिशा दिसेनाशा झाल्या
आली काळोखा भरती
काळ्या पाण्यावर टिंबे
जरा तरती विरती.

काळी लिंबाची सावली
काळी कडवट हवा
तरी ऐलथडी तुला
दिवा उजळाया हवा.

अटळ पानझडी

अटळ पानझडी
आणि त्यानंतरची
अंगांगांतून फुटणारी कोवळी उत्सुकता,
यातली अनाकलनीय अंतरे
ज्याला सांधता येतात, सहज, समयज्ञतेने
त्याला उमगतात
आयुष्याचे अतर्क्य संदर्भ
कधी प्रकाशलख्ख, कधी काळोखगर्भ.

संथ झुळझुळे काही

खोल काळजाच्या तळी
संथ झुळझुळे काही
ज्याचा आकळला नाही
कधी उगम मलाही.

रंग नाही, रूप नाही
असे निराकार पाणी
तरी ऐकते मी त्याची
गूढ अश्रुतशी वाणी.

कधी शिणल्या मनाने
पाय बुडविता तेथ
थेट तळव्यांमधून
शिरे गारवा प्राणांत!

असे माझेपण कधी
भेटे मला अचानक
अतल्याच 'मी' ची मला
आणि पटते ओळख.

आपापला स्वतंत्र चंद्र

प्रत्येकाला कवळायचा असतो
आपापला स्वतंत्र चंद्र दोन्ही हातांत;
ते न जमल्यास निदान
वेचायचे असते चिमूटभर चांदणे तरी
जे डबीत ठेवायचे असते जपून
आणि दाखवायचे असते म्हातारपणी पोराबाळांना
एक अपूर्वाईची चीज म्हणून!

–अनेक चंद्र निसटून जातात,
चांदण्याची होते चिमूटभर राख,
डबीत भरून ठेवलेले चांदणेही काळवंडते कालांतराने
ठेवणीतल्या पैठणीच्या जरीकाठाप्रमाणे.

तेव्हा उमगते,
आपल्या पायांखालच्या मातीतच
रुजले आहे आपले चांदणे,
आणि आसवांच्या थरथरत्या थेंबात
गवसतो आहे आपापला स्वतंत्र चंद्र.

श्रावणराणी

फिरून आज रानात आली वेल्हाळ श्रावणराणी
मातली झाडे, मातल्या वेली, पिऊन पाऊसपाणी

सोनउन्हाचे केशरी तुरे हौसेने माळून शिरी
येती नि जाती, जाती नि येती चंचल श्रावणसरी

लावण्यकळा लेवून ऋतू जाहला मोकळा सैल
क्षितिजापार कोवळागार सोहळा ऐल नि पैल

हिरवागर्द पोपटी मंद विस्तृत पसरे पट
पाषाणातून खळाळ फुटे ओतीत दुधाचे घट

मखरी बसे मंगळागौर पतीच्या सवे अर्धांगी
पानांफुलांची आरास रम्य तेरडे हजाररंगी

प्रत्येक पाते झेलते देही टपोर जळाचा थेंब
विराट नभ झुकून बघे तयात आपुले बिंब

श्रावणसर येते नि जाते, लोपते अवघी खंत
दोन डोळ्यांत साठवू किती उत्सव ऐश्वर्यवंत?

कविता रात्रीच्या

१.
रात्र स्वप्नांवरून जाते
तेव्हा स्वप्ने शिळी होतात
अन्नासारखीच;
काळोखात जे जवळ येते
ते उजेडात दूर होते
हेही बरोबरच.
उजेडातला दुरावा
तोही पत्करावा
मनावर दगड ठेवून
जवळिकीचा देखावा
निमूट साजरा करावा
स्वत:च दगड होऊन.

२.
विझते नक्षत्र
त्याखाली उभी मी
क्षणभर लख्ख उजळून
पुन्हा काळोखात बुडणारी
पायांखालची भूमी.

३.
रात्रीच्या उतारावर
असंख्य बासऱ्या पिचून पडतात
–भुईत पाय रोवलेले वेळूचे बन
जिवाच्या आकांताने
अवघी पाने सळसळवून
अचानक गप्प होते.

४.
काल झोपताना
डोळ्यांत कोंडून ठेवलेली
घनगर्द रात्र
आज दिवसाच्या रखरखत्या उजेडातही
पसरते आहे वस्तूवस्तूवर काळे सावट
–काही रात्रींना नसतोच का शेवट?

पिवळी पाने

पिवळी पाने गळती किती
नंतर, कितीक आधी
आजच मला दिसते आहे
उद्याची निष्पर्ण फांदी.

निष्पर्ण फांदी रोवते बोटे
उजाड आभाळभर
पिवळ्यामध्ये हिरवे थोडे
उगाच घालते भर.

पिवळ्यामध्ये उठून दिसे
हिरवे कोवळे एक...
पिवळ्यामध्ये वाचते तेही
विषण्ण भविष्यलेख.

हिरवे काही देखता डोळा
पिवळे पडत जाते...
तळीची भुई मायाळूपणे
सारेच पोटाशी घेते.

किनारे मनाचे

सुंदर, उदास, एकाकी किनारे मनाचे.
पुढे अपार सागर अंतहीन,
ज्याचा ठाव लागत नाही,
अलीकडे माडांच्या झावळ्यांची मंद सळसळ
जी अंत:स्थ गूज सांगत नाही.
दरम्यान, शुभ्र वाळूचा विस्तीर्ण पट्टा
त्यावर कोसळणाऱ्या, घुटमळणाऱ्या
परतणाऱ्या पराभूत लाटा,
आणि एक आकृती, पाठमोरी,
पुढे पुढे जाणारी,
क्षणभरही मागे वळून न पाहणारी —
तो चेहरा कुणाचा असेल?

भोक्तृत्व

कोठे केसरगंध हा घमघमे? चाहूल ये कोठुनी?
सारे जीवन साजरे सुबकसे, तेलीवरी की तुरा
घ्यावा जो हलके खुडून सहजी केसांत माळावया
होती आस मनात फक्त इतकी, झाले परी ना तसे.

घ्यावी बेतुनिया जमीन अपुली या पावलांयेवढी
घ्यावे आखुन वर्तमान, इतके होते मला माहीत
आता जाणवते कुठेच नसते सत्ता कशाहीवरी
पाण्याचा इवला न थेंब उतरे ओठांवरी कोरड्या

काळी सांज भरूनिया ठिबकते आकाशपात्रातुनी
दूरातून अरण्य चाल करूनी ये काय अंगावरी?
होते काळीज सैरभैर, अवघ्या होती दिशा पारख्या
काळाचेही मुळीच भान नुरते नि:संग ऐशा क्षणी.

जन्मामागुन जन्म जाय निघुनी ठेवून ही संचिते
येणारा पुढलाहि जन्म सुचवी भोक्तृत्व का तेच ते?

तसेच पाहिले तर

तसेच पाहिले तर
आपल्या दीर्घकालीन संबंधात
मधून मधून कितीतरी आहेत
अभावाचे आकार;
उजळलेल्या लख्ख वाटांवर
मध्येच आहेत दबा धरून बसलेले
अंधारे कोपरे, अवघड चढउतार
आणि बेइमान अपघाती वळणे देखील.

तरीही इथवर चालत आलो सुखरूप
म्हटले तर थोडे, म्हटले तर हेही आहे खूप.
फक्त डोळे झाले आहेत उदास, सावध,
पावले झाली आहेत अधिक शहाणी,
आणि नव्याने उलगडत जाणाऱ्या वाटा
आता उमटत आहेत तुझ्यामाझ्या तळहातांवर

टिळा

काळोखाची मुळे कुरतडणारे
आतल्या आत तडफडणारे
हताश पराभूत मन –

त्यालाही कधीतरी लागतात
असह्य आभाळकळा
लावावा वाटतो भाळावर
प्रकाशाचा झळझळीत टिळा.

शिखरावर पोहोचलेली दुपार

शिखरावर पोचलेली दुपार
या टोकापासून त्या टोकापर्यंत
गप्पगार, आरपार,
आणि डोळे अगदी आतून भाजून काढणारा सूर्य.

माझी सावली आक्रसून
पायांखाली झालेला माझा एक काळा ठिपका
वठलेल्या झाडाच्या जिवट फांदीवर
चारपाच पानांचा हिरवा झुपका
खरा असूनही खोटा वाटणारा
जसा गदगदलेला हुंदका आतून फुटणारा.

–मनात वाजणारी वाऱ्याची उलटी भूतपावले;
या क्षणी कुठल्या निसटल्या संदर्भाचे
मला नकळत मूळ मी रोवले?

ओठी असू दे पावरी

ओठी असू दे पावरी
बोटे मिटू दे तीवरी
जो सूर नाही आपला
ते गीत तू गाऊ नको.

व्यक्ती तिथे मूर्ती असे
पाषाण तेथे देवता,
जो देव नाही आपला
त्याला फुले वाहू नको

प्रत्येक झाडाला असे
बहरून येण्याचा ऋतू
येईल त्या वाऱ्यासवे
तू व्यर्थ हेलावू नको.

केव्हातरी ओसंडुनी
येणार आहे पूर तो
आभास खोटे वाहता
त्यांच्यामध्ये न्हाऊ नको.

खिडकी, झाड, रस्ता

खिडकी, झाड, रस्ता
खिडकीसमोर झाड,
झाडापलीकडे वाहता रस्ता,
रस्त्यावरून अखंड रहदारी,
माणसे जाणारी येणारी.

इतकी माणसे कुठून येतात?
इतकी माणसे कुठे जातात?

रस्ता आपला सुस्त पसरलेला,
तो नाही ठेवीत जपून
आल्यागेल्या पावलांची खूण;

झाड स्थितप्रज्ञ, निर्विकार,
उभे नुसतीच पाने हलवीत
नाही कुणाला खुणावीत की बोलवीत,

खिडकी सरकती चित्रे दाखवते
मनात नसेल तेव्हा डोळ्यांवर पडदा ओढून घेते...

ये रे ये, पावसा

ये रे ये पावसा
नको दूर राहू
कवळाया तुला
पसरले बाहू

कधीची उभी मी
पदर कसून
नको रे लाडक्या
जाऊ तू रुसून.

फिरून मांड रे
तुडुंब उत्सव
फिरून जागव
हिरवे आठव

भिजव पुन्हा तू
माहेरअंगण
सयांचा मेळावा
बेहोष रिंगण

देहाशी बोलू दे
ओलेल्या साडीला
चोरून पाहू दे
मागल्या माडीला

आले तुझ्याकडे
दमून शिणून
कोरड्या देहात
जा रे तू भिनून.

प्रकाशताऱ्यांचे संदिग्ध संदर्भ

प्रकाशताऱ्यांचे संदिग्ध संदर्भ
दुरून खुणावणारे
मातीचे रोखठोक मांसल अर्थ
पाय धरून ठेवणारे
आकाशस्थ आनंदाची
उरात असह्य अभिलाषा
मातीमधल्या माधुर्याची
साद घालणारी स्नेहाळ भाषा
काही अस्पष्ट आकळणारे
काही केवळ मलाच कळणारे.

अशी मी सदाची, भरतीची, परतीची,
काही आभाळाची, बरीचशी धरतीची.

वाळूत मांडला खेळ

वाळूत मांडला खेळ घरकुले केली
    पाण्याने सारी अलगद धुवुनी नेली.

क्षितिजात उमटले अज्ञाताचे लेख
कुणि पुसुन टाकले एकामागुन एक
    स्मरणातच सारी चित्रे विरघळलेली.

खळबळत धावती पुढती पुढती वाटा
उघडून ओठ त्या गिळू पाहती काठा
    पाण्यात चिमुकली नगरी मिटुनी गेली.

ओथंबुन आला दिशांतुनी अंधार
वाऱ्याला चढली क्रूर भयानक धार
    हरवून दिशा मी उभी इथे भ्रमलेली...

बाग

रणरणती दुपार, नि:स्तब्ध शांतता,
बाग उभी असते.
सायलीचमेलीवरच्या समजूतदार कळ्या
भरत असतात अंगाने, होतात टपोर
साठवत राहतात सुगंध आतल्या आत
उद्याच्या हवेवर मुक्त उधळण्यासाठी.

चार पूर्ण उमललेली फुले
अंगाखांद्यावर सावरणारा संसारी गुलाब
एक एक पाकळी गाळत असतो निमूट
खालच्या काळ्या मातीवर,
घेत असतो अपरिहार्य निरोप कालच्या वैभवाचा
नजर ठेवून दोन मुक्या कळ्यांवर.

एकीकडे गळत असतात पिवळी पाने
तोवर वेलींच्या टोकाशी उलगडतात
नव्या पालवीची तान्ही मुटकुळी
राखतात चोख हिशेब उण्याअधिकाचा.

आणि बागेत असते खुरटे गवतही
व्यक्तित्वहीन, अनाम,
केवळ लोकसंख्येत भर घालणारे
पावलांखाली चुरडणारे, दबणारे,
पुन्हा तरतरून ताठ उभे राहणारे.

बागडत्या पिवळ्या पाकोळ्या, लुटारू मुंग्या,
माती चरणारी गांडुळे आणि चैनी चतुर
एकसाथ जगत असतात बागेच्या जिवावर.

त्याच वेळी
तळहातायेवढे मखमली, पंखदार,
राजस फूलपाखरू, पंख फाटलेले
सरपटत असते अटळ मरणदिशेला.

कोपऱ्यातला श्रीमंत गुलमोहर
निरखत असतो अलिप्तपणे
बागेतल्या ठेंगण्या हालचाली
कधी हसतो स्वत:शी, कधी होतो अंतर्मुख
पुन्हा बुडून जातो
तात्पुरत्या लालकेशरी धुंदीत.

तेथेच भेटेन मी

आले माळुन रंगगंधगजरे आभाळ भोळे खुळे
ओलावून उरामद्ये उतरल्या खाली दिशा वत्सल
त्यावेळी तनुबंधनातुन कशी उन्मुक्त मी जाहले?
–आता शोधित जा नभातुन मला, तेथेच भेटेन मी.

सोल

हातांत सोल घट्ट पकडून
मी अधांतरी लोंबकळते आहे.
तळव्यांची सालडी निघाली आहेत,
जखमा रक्ताळल्या आहेत,
आणि मनगटांना रग लागली आहे.
पाय जमिनीपासून कधी सुटले,
कळलेच नाही.

सोल कुठून कुणी सोडला?
मी तो का पकडला?
हे असे स्वत:च्या वजनाचा
भार तोलत
कुठवर लोंबकळत राहायचे?
ही शिक्षा मला का? मलाच का?

सत्य एकच, तूर्त तरी,
हा खरबरीत निष्ठुर सोल,
हे सोलवटलेले तळवे,
ही अधांतरी लोंबकळणारी मी.

पुसणे न सांगणे वा

पुसणे न सांगणे वा काही तुला मला
आता निमूट आहे जाणे तुला मला

चालून दीर्घ आलो ती वाट कोणती?
चढत्या तमामध्ये ना दिसणे तुला मला

आधी प्रमाद केला कोणी, कसा, कधी?
तो शोधही कशाला घेणे तुला मला?

प्रश्नांविनाच सारी जाणून उत्तरे
नि:शंक आज आहे होणे तुला मला

धडकीत काळजाच्या मोजीत स्पंदने
रक्तामधून आता गाणे तुला मला

हातात हात केवळ हा राहू दे असा
आजन्म या मिठीतच मिटणे तुला मला

परके प्रदेश

परके प्रदेश, अनोळखी आसमंत,
आणि सर्वत्र दुराव्याच्या दऱ्या.

अलिकडे जिव्हाळ्याच्या जिवलगांशी बोलतानाही
मध्येच खंड पडतो संभाषणात,
अवघडलेले क्षण जड पावलांनी पुढे सरकतात...

आवडती फुले हुंगतानाही
येतो केसाळ हिंस्त्र वास
आणि सुरक्षित एकांतातही
फिरतेसे वाटते कुणी आसपास.

बंद पडू शकेल कुठल्याही क्षणी–
अलीकडे स्वत:च्या श्वासावरही नाही विश्वास.

तयाचाच श्वास आहे

भरूनिया भोवती तयाचाच श्वास आहे
फिका फिका चांदण्यासही तो सुवास आहे

अबोध भोळी फुले न ही, आसवे तयाची
जिवंत जे स्पंदमान – त्याचाच श्वास आहे

कुणी 'नभाच्या पलीकडे तो वसे' म्हणाले
इथे परी तो, इथेच, हा आसपास आहे.

खुडून त्याने मला दुरी फेकले तरीही
उरात माझ्या अजून त्याचा निवास आहे

चराचराला दिली तयाने स्वनाममुद्रा
मला कळे मीहि एक त्याचा विकास आहे

कधी दिसावे, कधी हसावे, कधी लपावे,
अनंत रूपांत शाश्वताचा प्रवास आहे.

–तर असेही म्हणता येईल

–तर असेही म्हणता येईल :
वेळेवर टाकत गेले नाही कात
कधी ऐन मोक्याला लटके पडले हात
कधी भर उजेडीच दाटून आली रात...

–किंवा असेही म्हणावे हवे तर :
सामोरे आले ते कवटाळले मानून नवे
नंतर साखळीतले तुटत गेले दुवे
उजळता उजळता काळोखातच मिटले दिवे...

–किंवा गोष्ट अशीही सांगता येईल :
असंगाशीच मुळात घडला होता संग
हवेनेही कधी धरलेच नाही अंग
क्षितिजाने तर चोरूनच ठेवले सारे रंग...

–कसेही सांगितले तरी तात्पर्य एकच!

परतीच्या वाटेने

चालून आलेल्या अनेक रस्त्यांवर
फुटत, सांडत, विखरत आले मला मी,
आता परतीच्या वाटेने पुन्हा येताना
शोधते आहे फुटलेले, विखरलेले
अनेक तुकडे माझे;
जुळवू बघते आहे मला एकसंघ त्यांतून
—भोवती काळोख वाढत आहे.

www.ingramcontent.com/pod-product-compliance
Lightning Source LLC
Chambersburg PA
CBHW060829250626
47162CB00005B/1997
9788171618552